Ang Maalinghing na Siling Pula ni Lima

Lima's Red Hot Chilli Pepper

written by David Mills
illustrated by Derek Brazell

Tagalog translation by Arlene Sarmiento Catindig

MANTRA
LINGUA

Pagdating ni Lima sa bahay galing sa paaralan
siya ay nakaramdam ng gutom.
"Ako ay nagugutom!" sabi ni Lima.

When Lima came home from school
she felt very hungry.
"I feel hungry!" she said.

"Madaming pagkain sa kusina!"
ang sabing kanyang inay.
"Pero hwag mong kakainin ang
maanghang na siling pula!"

"Plenty of food in the kitchen!"
shouted her mum.
"But don't eat the red hot chili pepper!"

Si Lima ay nagpunta sa kusina para magmeryenda.
Nakakita siya ng mabuhok na kulay kapeng niyog.
Pero ito ay … sobrang tigas.

So Lima went to the kitchen for a nibble.
She found a hairy brown coconut
But it was just … too hard.

Ang makintab na empanada
pero ang mga ito ay … sobrang lamig.

The shiny samosas
were just … too cold.

Ang de-latang espageti
naman ay … napakahirap buksan.

The can of spaghetti
was just … too difficult.

At ang mga malalagkit na minatamis
naman ay … napakahirap abutin para kay Lima.

And the sticky sweets
were just … too high up for Lima.

Si Lima ay may nakita.
Ang pinakamasarap, makintab, mapula … na bagay!
Ang MAANGHANG NA SILING PULA.

Then she saw it.
The most delicious, shiny, red … thing!
The RED HOT CHILI PEPPER.

Tahimik at patagong
isinubo ni Lima ito
sa kanyang bibig.

Quietly and secretly
Lima popped it
into her mouth.

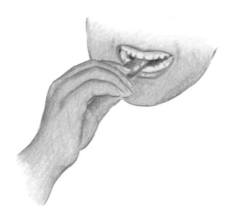

Krants!

Crunch!

Pero hindi na maitago ni Lima ang kanyang sekreto ng napakatagal pa!

But she could not keep her secret very long!

Ang mukha ni Lima ay nag-init at mas nag-init at mas lalong nag-init at…

Lima's face got hotter and hotter and hotter and…

… ang mga paputok ay naglabasan sa kanyang bibig!

…fireworks flew out of her mouth!

Dumating ang inay ni Lima para tumulong sa kanya.
"Tubig, tubig, subukan mong uminom ng tubig!"

Her mother came to help.
"Water, water, try some water!"

Ininom ni Lima ang isang basong malamig na malamig na tubig.
Na kung saan ay maganda ang pakiramdam…
Pero nag-iinit pa din ng sobra ang kanyang bibig!

So Lima swallowed a whole glass of cold cold water which was nice…
But her mouth was still too hot!

At dumating ang kanyang tatay para tumulong.
"Sorbetes, sorbetes, subukan mong kumain ng sorbetes!"

Then her dad came to hel
"Ice cream, ice cream, try some ice cream

Si Lima ay kumain ng nagyeyelo yelong sorbetes
na kaibig-ibig ang pakiramdam…
Pero nag-iinit pa din ng sobra ang kanyang bibig!

So Lima ate dollops of freezing ice cream
which was lovely…
But her mouth was still too hot!

At dumating ang kanyang tiya para tumulong.
Gulaman, gulaman, subukan mong kumain ng gulaman!

Then her auntie came to help.
"Jelly, jelly, try some jelly!"

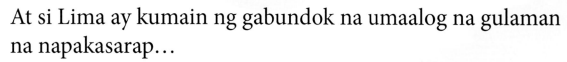

At si Lima ay kumain ng gabundok na umaalog na gulaman na napakasarap…
Pero nag-iinit pa din ng sobra ang kanyang bibig!

So Lima ate mountains of wobbly jelly
which was yummy…
But her mouth was still too hot!

At dumating ang lolo ni Lima para tumulong.
"Manga, manga, subukan mong kumain ng manga!"

Then her grandad came to help.
"Mango, mango, try some mango!"

At kinain ni Lima ang isang buong makatas
na manga at ito ay napakasarap…
Pero nag-iinit pa rin ng sobra ang kanyang bibig!

So Lima ate a whole juicy mango
which was delicious…
But her mouth was still too hot!

Sa wakas ay dumating ang lola ni Lima para tumulong.
"Gatas, gatas, subukan mong inumon ng gatas!"

At last her grandma came to help.
"Milk, milk, try some milk!"

At ininom ni Lima ang isang malaking galong malamig na gatas.
At dahandahang…

So Lima drank a huge jug of cool milk.
Then slowly...

Si Lima ay ngumiti na may gatas na ngiti.
"Ahhhh!" ang sabini Lima. "Wala ng maanghang na siling pula ."
"Phew!" ang sabi ng lahat.

Lima smiled a milky smile.
"Ahhhh!" said Lima. "No more red hot chili pepper,"
"Phew!" said everyone.

"Ngayon," ang sabi ng inay ni Lima, "ikaw ba ay nagugutom pa din?"
"Hindi na," ang sagot ni Lima, habang kapakapa ang tiyan.
"Medyo busog na!"

"Now," said Lima's mom, "are you still hungry?"
"No," said Lima, holding her belly. "Just a bit full!"

For Lima, who inspired the story
D.M.

To all the Brazells and Mireskandaris,
especially Shadi, Babak & Jaleh, with love
D.B.

First published in 1999 by Mantra Lingua Ltd
Global House, 303 Ballards Lane, London N12 8NP
www. mantralingua.com

This sound enabled edition published 2013